THIS BOOK BELONGS TO

....

English-Thai Picture Flash Cards

boar

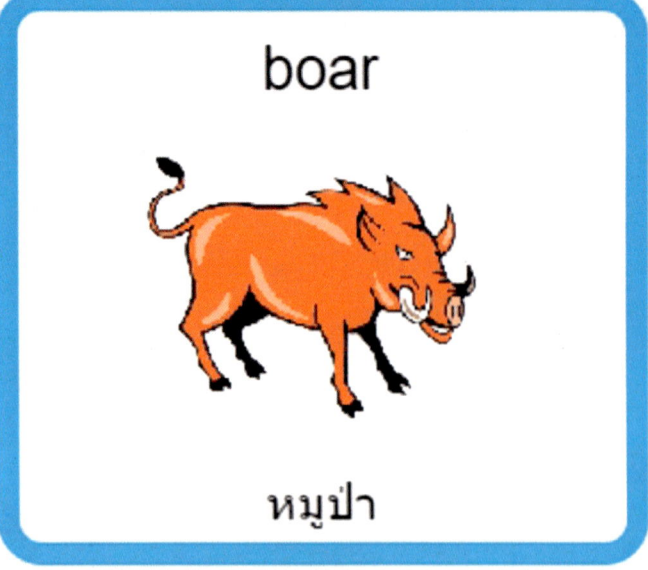

หมูป่า

dust

ฝุ่น

king

กษัตริย์

ballon

บอลลูน

kitten

ลูกแมว

toy

ของเล่น

mare

แม่ม้า

guitar

กีตาร์

oval

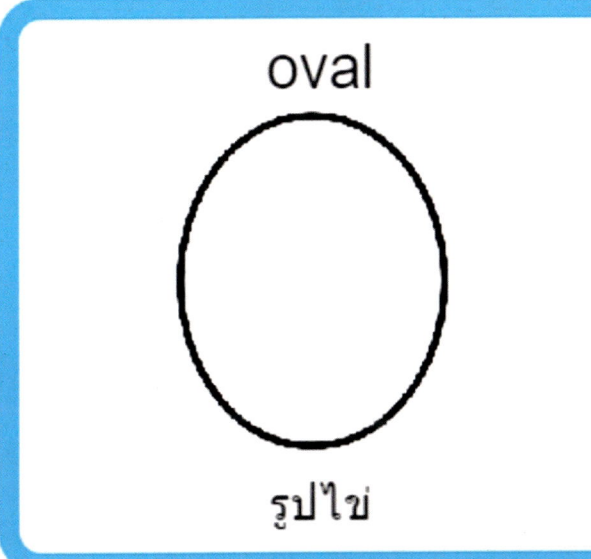

รูปไข่

four

สี่

enjoy

สนุก

butterfly

ผีเสื้อ

gun

ปืน

cactus

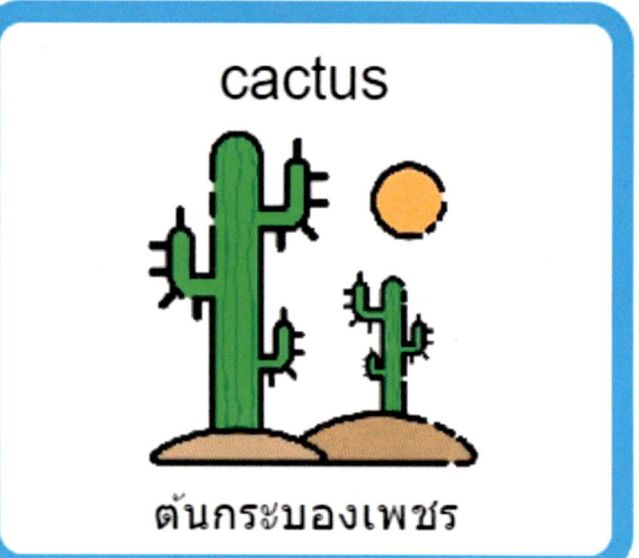

ต้นกระบองเพชร

microphone

ไมโครโฟน

swimming

ว่ายน้ำ

aggressive

ก้าวร้าว

rob

ปล้น

rooster

ไก่ตัวผู้

song

เพลง

celebrate

ฉลอง

waiter

บริกร

stylish

ทันสมัย

fireplace

เตาผิง

pin

หมุด

podium

แท่น

music

เพลง

rocket

จรวด

alphabet

ตัวอักษร

big

ใหญ่

loud

ดัง

pretty

น่ารัก

pudding

พุดดิ้ง

morning

ตอนเช้า

love

ความรัก

tooth

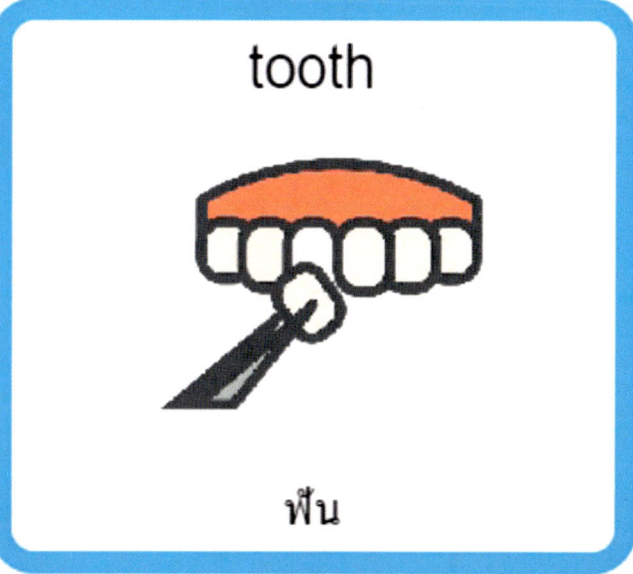

ฟัน

farm

ฟาร์ม

lightbulb

หลอดไฟฟ้า

panda

หมีแพนด้า

pomegranate

ทับทิม

shovel

พลั่ว

eggplant

มะเขือยาว

queen

พระราชินี

dress

ชุด

water
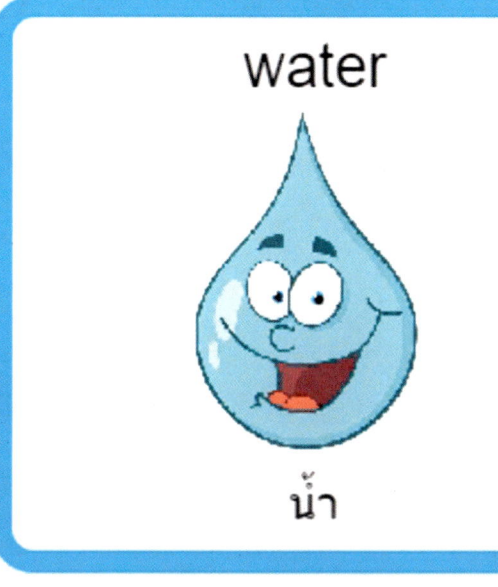
น้ำ

knight

อัศวิน

nine

เก้า

computer

คอมพิวเตอร์

peas

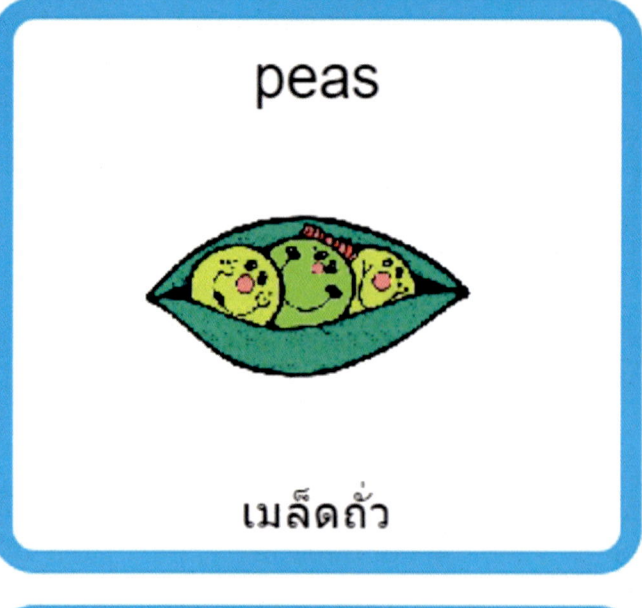

เมล็ดถั่ว

sun

ดวงอาทิตย์

seeds

เมล็ด

rat

หนู

earth

โลก

mountains

ภูเขา

cat

แมว

rug

พรม

blood

เลือด

picture

ภาพ

desk

โต๊ะทำงาน

hen

ไก่

cheetah

เสือชีต้า

wolf

หมาป่า

tail

หาง

wet

เปียก

suitcase

กระเป๋าเดินทาง

soda

โซดา

carpenter

ช่างไม้

whale

วาฬ

showering

อาบน้ำ

egg

ไข่

hug

กอด

palm

ปาล์ม

raspberry

ราสเบอร์รี่

iguana

จิ้งเหลน

fish

ปลา

barber

ช่างตัดผม

plum

พลัม

dance

เต้นรำ

glue

กาว

day

วัน

tent

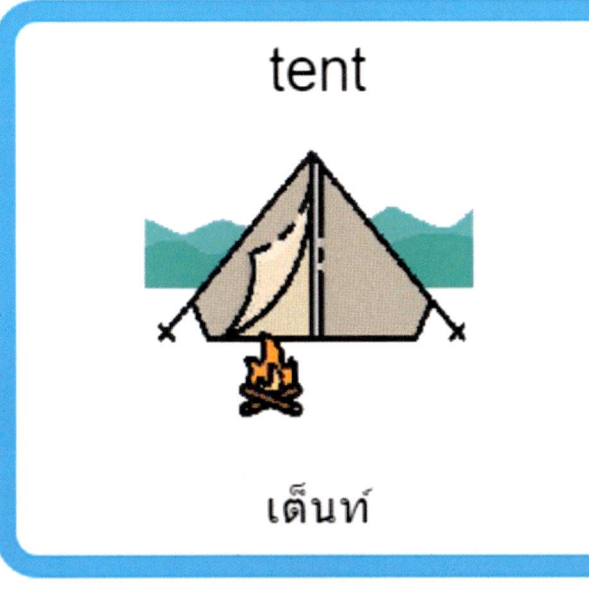

เต็นท์

arrow

ลูกศร

hair

ผม

school

โรงเรียน

dolphin

ปลาโลมา

truck

รถบรรทุก

farmer

ชาวนา

maid

แม่บ้าน

leader

ผู้นำ

wreath

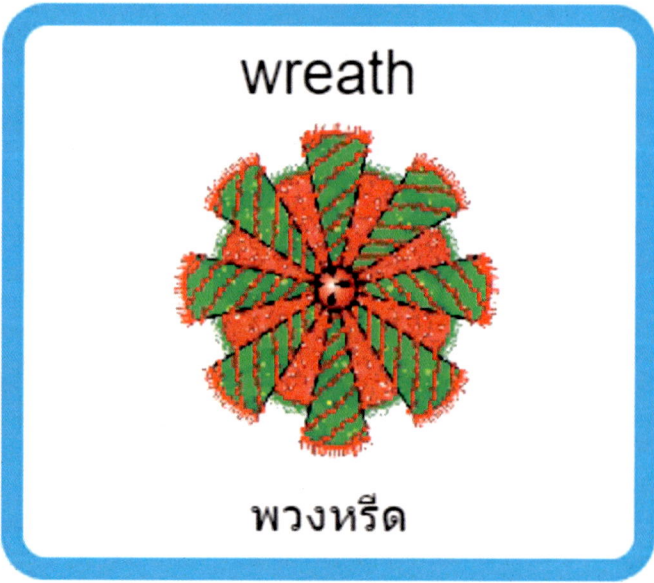

พวงหรีด

sad

เสียใจ

letter

จดหมาย

sinking

การจม

lizard

จิ้งจก

teeth

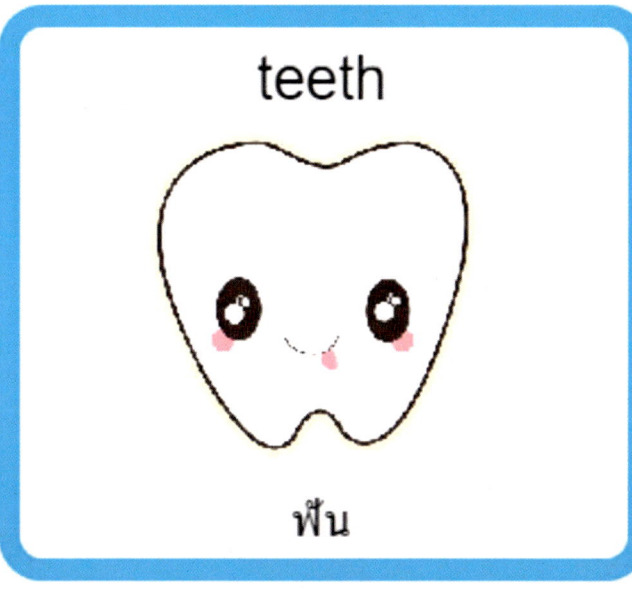

ฟัน

jacket

แจ็คเก็ต

point

จุด

delivery

การจัดส่ง

octopus

ปลาหมึกยักษ์

fall

ตก

help

ช่วยด้วย

alligator

จระเข้

fire

ไฟ

chin

คาง

diamond
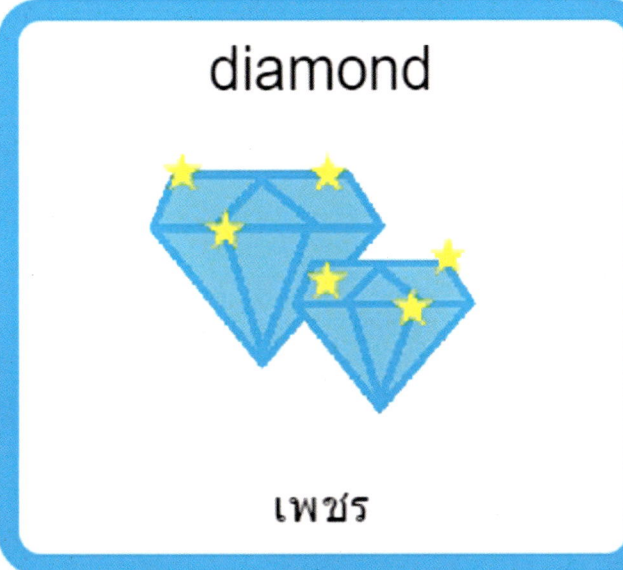
เพชร

medication
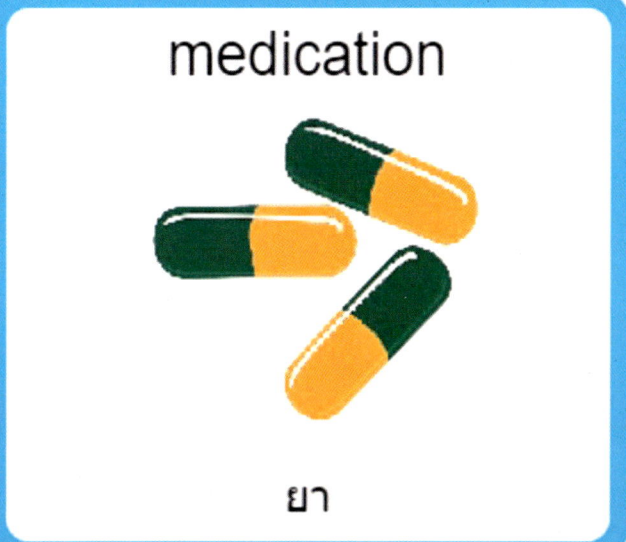
ยา

stove
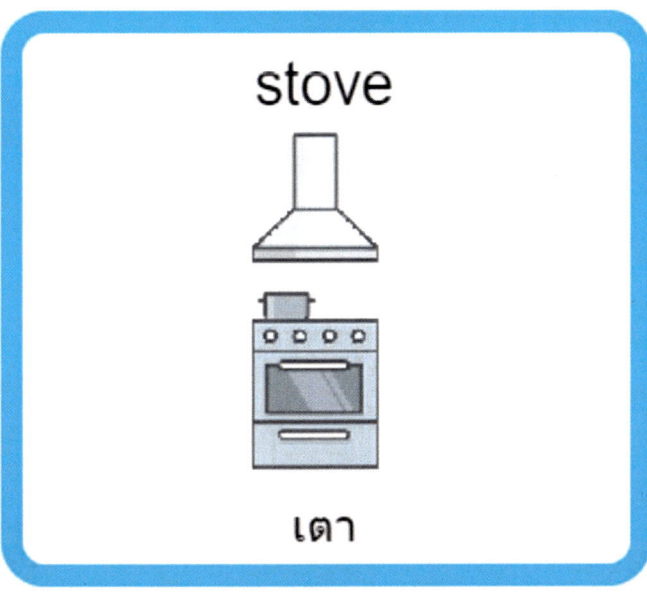
เตา

monster

สัตว์ประหลาด

ground

พื้น

turnip

หัวผักกาด

cowboy

โคบาล

forbid

ห้าม

friendly

เป็นมิตร

stand up

ยืนขึ้น

bag

ถุง

smile

ยิ้ม

plane

เครื่องบิน

bib

เอี๊ยม

feeding

การให้อาหาร

ice cream

ไอศครีม

teacher

ครู

question

คำถาม

swan

หงส์

musician

นักดนตรี

snowflake

เกล็ดหิมะ

seven

เจ็ด

anchor

สมอ

calculator

เครื่องคิดเลข

honey

น้ำผึ้ง

igloo

กระท่อมน้ำแข็ง

puppy

ลูกสุนัข

camel

อูฐ

mug

แก้ว

wedding

งานแต่งงาน

artist

ศิลปิน

laugh

หัวเราะ

pineapple

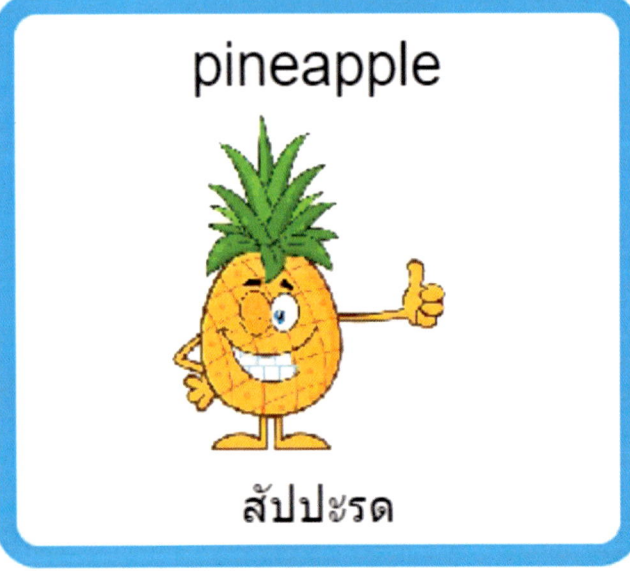

สัปปะรด

tongue

ลิ้น

factory

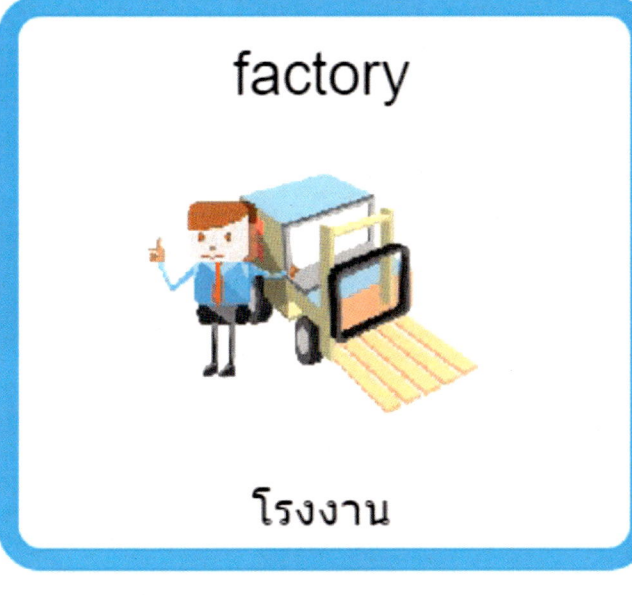

โรงงาน

box

กล่อง

squirrel

กระรอก

apple

แอปเปิ้ล

shoes

รองเท้า

wood

เนื้อไม้

jogging

วิ่งเหยาะ

cooking

ปรุงอาหาร

bedroom

ห้องนอน

muscle

กล้ามเนื้อ

flag

ธง

boy

เด็กผู้ชาย

princess

เจ้าหญิง

elbow

ข้อศอก

chalkboard

กระดานดำ

arm

แขน

museum

พิพิธภัณฑ์

climbing

ปีนเขา

street

ถนน

paint

สี

curtain

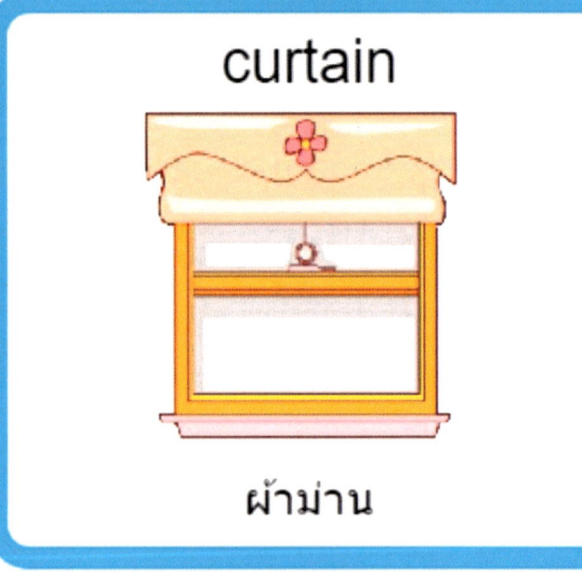

ผ้าม่าน

cot

เปล

sofa

โซฟา

tame

เชื่อง

scooter

สกูตเตอร์

dumbbells

ดัมเบล

win

ชนะ

hockey

ฮอกกี้

pulling

การดึง

umbrella
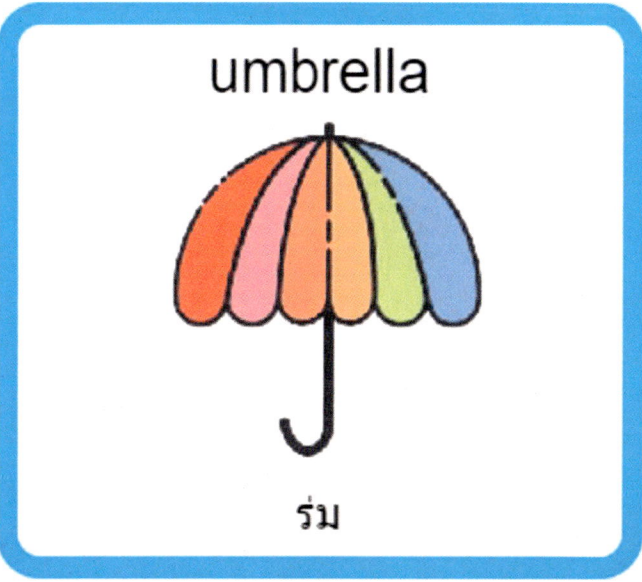
ร่ม

hot

ร้อน

church

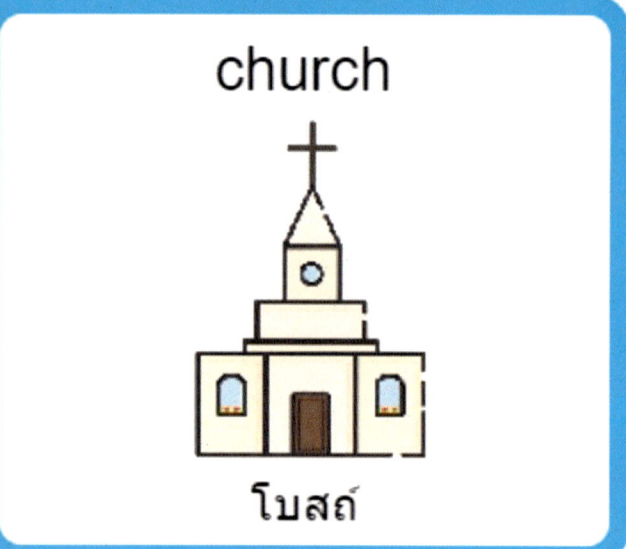

โบสถ์

writing

การเขียน

butcher

คนขายเนื้อ

coffee

กาแฟ

blender

เครื่องปั่น

lamp

โคมไฟ

knife

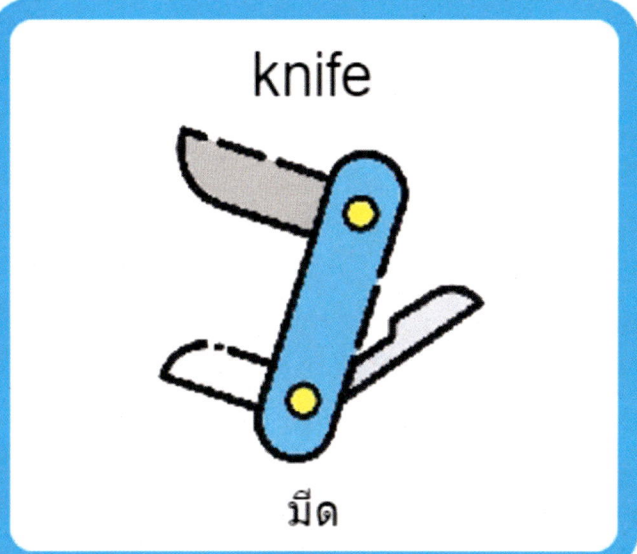

มีด

tugging

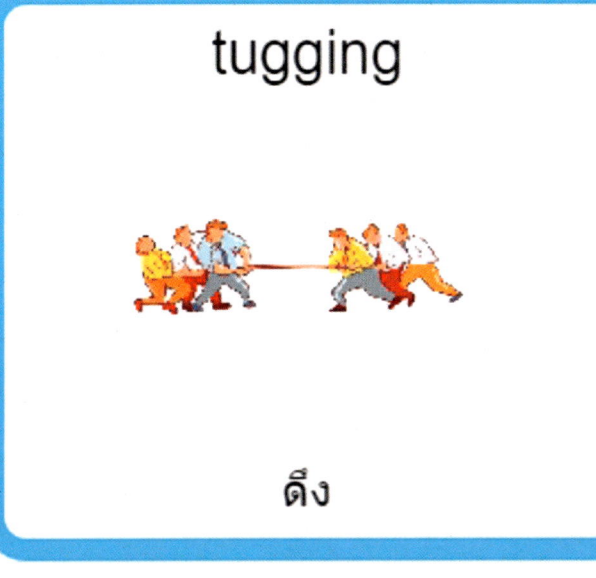

ดึง

milk

นม

lid

ฝาปิด

clock

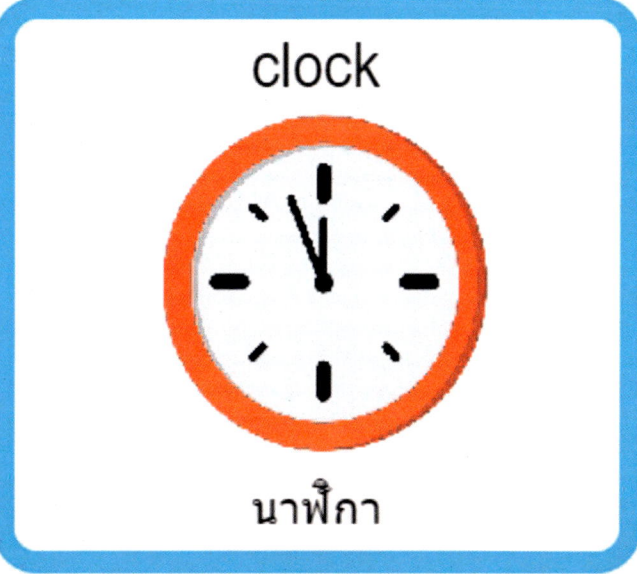

นาฬิกา

him

เขา

spatula

ไม้พาย

bed

เตียง

train

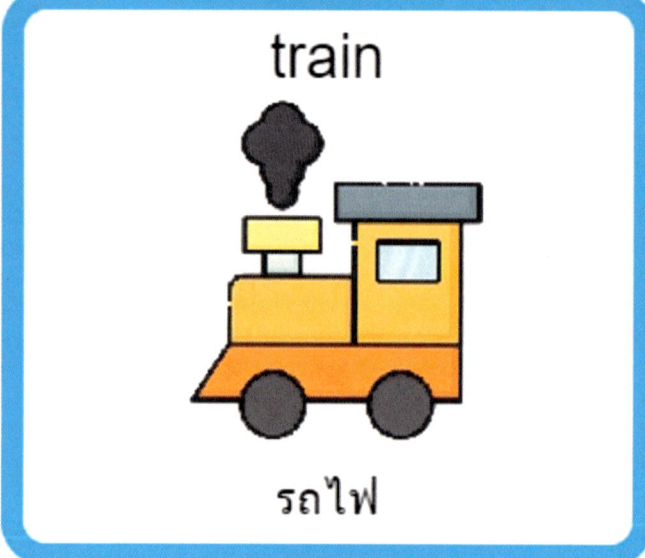

รถไฟ

bike

จักรยาน

frog

กบ

bite

กัด

cute

น่ารัก

hit

ตี

chocolate

ช็อคโกแลต

hand

มือ

dinner

อาหารเย็น

lemon

มะนาว

sandwich

แซนวิช

quiz

ทดสอบ

drink

ดื่ม

math

คณิตศาสตร์

proud

ภูมิใจ

snail

หอยทาก

sit

นั่ง

yarn

เส้นด้าย

happy

มีความสุข

wiping

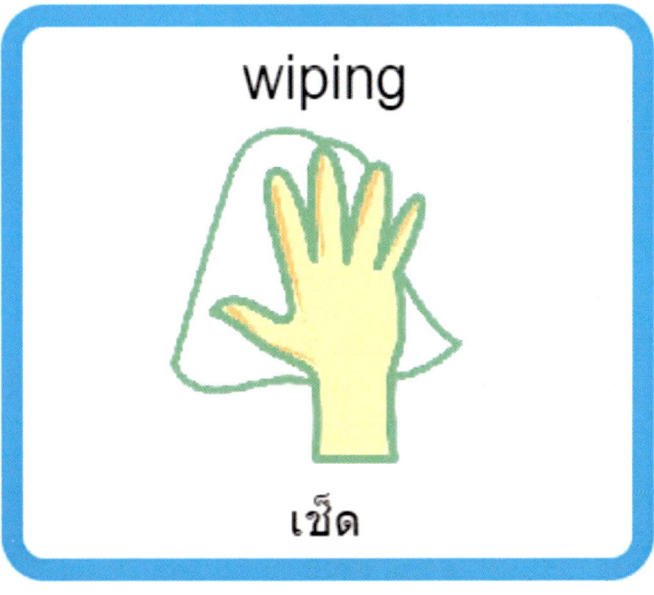

เช็ด

quiet

เงียบ

insect

แมลง

driving

การขับขี่

working

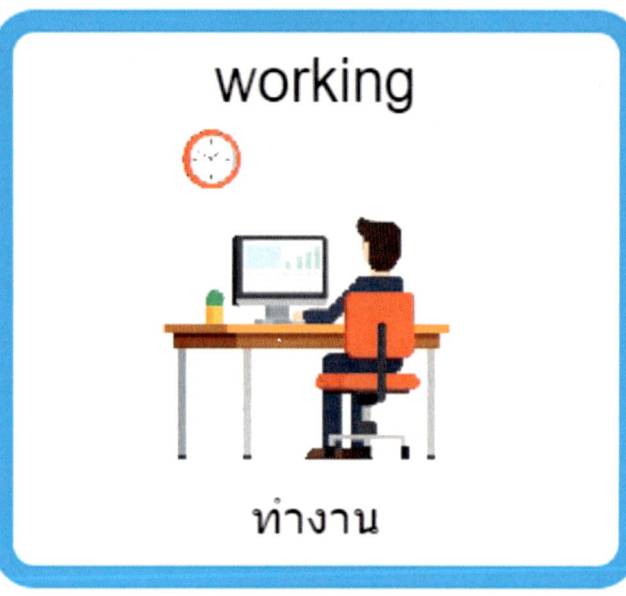

ทำงาน

hospital

โรงพยาบาล

zero

ศูนย์

sketch

ร่าง

quail

นกกระทา

stockings

ถุงน่อง

kiwi

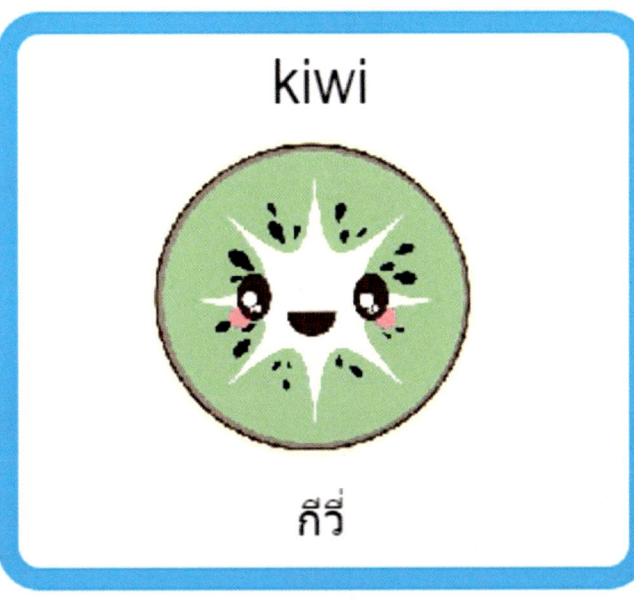

กีวี่

head

หัว

lantern

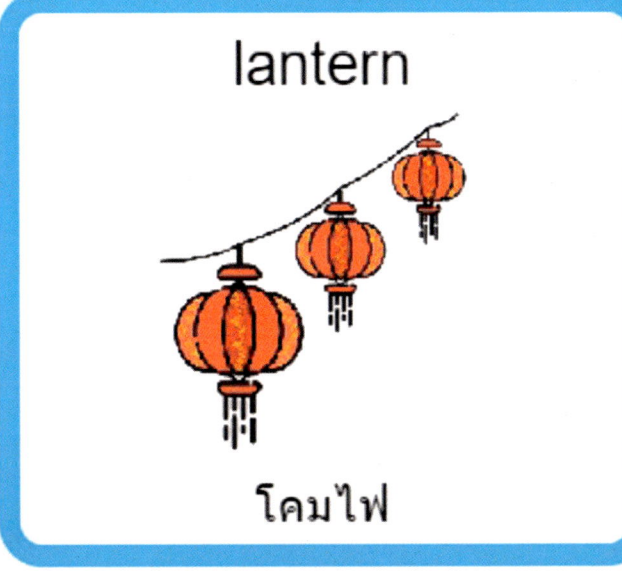

โคมไฟ

hat

หมวก

Made in United States
Orlando, FL
28 February 2022

15222908R00022